तुझ्या आठवणी आणि मी !

मधुरा व्यवहारे (राखी)

अनुक्रमणिका

प्रस्तावना

कविता सुचण्यासाठी मला वाटतं, फक्त संवेदनशील मन पुरेसं नसतं. त्या संवेदना समजून, त्यावर विचार करायला थोडा वेळ घेऊन जेव्हा त्यांना पुन्हा पुन्हा अनुभवलं जातं... तेव्हा त्यातून कवितांचा जन्म होतो. कुठे आजकाल वेळ मिळतो एवढा ! माझं कविता सुचणं म्हणूनच कदाचित कमी झालंय. मी या साचेबंद आयुष्यात कधी गुरफटली गेली मला कळलंच नाही. घड्याळाच्या काट्यांबरोबर आयुष्य फिरत होतं. या ठराविक दिनचर्येमध्ये मी स्वतःला इतकं व्यस्त केलेलं, कि त्यापलीकडे जाऊन मला माझ्या कवितांसाठी वेळच मिळत नव्हता.

कधी वेळ मिळालाच, तर मी माझ्या जुन्या कविता चाळत बसायचे. बऱ्याच वर्षांपासून इच्छा होती, माझ्या कवितांना प्रकाशित करायची. कोरोना विषाणूचा प्रादुर्भाव टाळण्यासाठी केलेल्या संचारबंदीमुळे, बराच मोकळा वेळ मिळाला. बऱ्याच गोष्टींना बाजूला सारून, आज मी माझ्या कवितांसोबत वेळ घालवला यात एक आंतरिक समाधान आहे.

प्रत्येक कवितेमागे एक पार्श्वभूमी असते. माझ्या कविता वाचताना प्रत्येक कवितेमागची माझी मनस्थिती मला इतकी स्पष्ट आठवत होती... जणू त्या क्षणांना मी या कवितांमध्ये कैद करून ठेवलंय. त्या घटना, त्या भावना मी पुन्हा एकदा जगत होते.

माझ्या या कवितांमागील संदर्भ मी प्रत्येक कवितेआधी मांडला आहे. त्या कवितेमागील कथानक म्हणा हवं तर ! मला वाटतं या संदर्भांतून त्या कविता वाचकांच्या अधिक जवळ पोहोचतील.

हे पुस्तक पूर्ण करण्याचा हा प्रवास माझ्या आयुष्यातील एक अत्यंत रमणीय अनुभव आहे. या कविता सगळ्यांपर्यंत

पोहोचवण्यासाठी मला बऱ्याच लोकांनी प्रोत्साहन दिलं. त्या सगळ्या आप्तेष्ठांचे मनापासून आभार मानत हा कवितांचा लहानसा गुलदस्ता मी त्यांना समर्पित करते.

- मधुरा व्यवहारे (राखी)

1. मी तुला पाहताना...

संदर्भ

तो काळ सगळ्यात सुंदर असतो जेव्हा दोघांच्याही मनात प्रेमाच्या भावना असतात, पण दोघांपैकी कोणीही त्या व्यक्त केलेल्या नसतात. एकमेकांना चोरून बघण्याची गंमत काही वेगळी असते !

जेव्हा समोरची व्यक्ती पण आपल्याकडे हळूच बघतेय हे जाणवतं, तेव्हा शंका आणि खात्री या दोन्ही भावना एकाच वेळी मनात असतात.

अशा वेळी मनाला होणाऱ्या गुदगुल्या शब्दात मांडणं कठीणच आहे...

मी तुला पाहताना,
तू मला जे पाहिले..
माझीच मी नव्हते कधी रे,
आज तुझी जाहले !

ओलावल्या या स्वरांना,
ओल प्रेमाची तुझ्या !
याच गंधाची जणू,

तुझ्या आठवणी आणि मी !

ओढ मला होती सदा !

बांधुनी गाठी तुझ्याशी,
मोकळी मी जाहले !
तू घेतला हात हाती,
मग सर्वस्व तुला वाहिले !

2. स्वप्नातल्या कळ्यांनो...

संदर्भ :

घराच्या अंगणात जेव्हा मोगरा किंवा गुलाबाच्या झाडाला कळ्या दिसतात... तेव्हा रोज त्या उमलल्या का? हे बघायची एक उत्सुकता असते ! त्या उमलल्यावर कशा दिसतील... हे बघायची इच्छा असते.

एकदा कळी उमलली कि मग त्या फुलाचं आयुष्य एका दिवसाचं असतं ! फुल आता कोमेजून जाणार या विचारांनी मन दुःखी होतं ! ती उत्सुकता संपते. कधी कधी वाटतं त्या उत्सुकतेमध्येच जास्त आनंद आहे.

तसंच आपल्या आयुष्यातल्या घटनांच्या बाबतीत होतं ! जेव्हा एखादी गोष्ट घडावी अशी इच्छा असते तेव्हा त्या बाबतीत मन स्वप्ने रचायला सुरु करतं... खूप सुंदर असं एक विश्व तयार होतं.

स्वप्न कधी कधी सत्यापेक्षाही सुंदर असतं. असं बरेचदा वाटतं कि, स्वप्न पूर्ण झालं तर ती उत्सुकता संपून जाईल.. फुल कोमेजण्याच्या भीतीपेक्षा कळ्या उमलणार या भावनेवर जास्त प्रेम वाटल्याने केलेली ही कविता !

स्वप्नातल्या कळ्यांनो,

तुझ्या आठवणी आणि मी !

उमलू नकाच केव्हा..
आशेवरी जगू दे,
महकू नकाच केव्हा !

भासच् सत्य आहे,
मज् सत्यात येणे नाही..
स्वप्ने सुगंधी आता,
मज् भासतात सारी !

उमलून घ्याल क्षणभर,
मग हरवून जाईल सारे..
क्षणिक सौख्यापेक्षा,
मज् भासच प्रिय आहे !!!

3. चोरी

संदर्भ

प्रेम ही भावना खूप सुंदर असते. म्हणतात... माणसाला
प्रेमात होणारं दुःख पण हवंहवंसं वाटणारं असतं.
प्रेमात पडलेल्या व्यक्तीला जेव्हा समोरच्या व्यक्तीच्या
मनाचा थांग लागत नसतो, तेव्हा ते एकतर्फी प्रेम बरेचदा
अव्यक्तच राहून जातं... मग त्या प्रेमात गाणी म्हंटली जात
नाही. त्या गाण्यातील शब्द कविता बनून जातात.
अन् मग जेव्हा अनपेक्षित, अचानक 'त्याची' एक झलक
दिसते... तेव्हा आपण आपलं सगळं हरवून बसल्याची
जाणीव होते. आपलं काहीच उरलेलं नसतं. अशीच जाणीव
झालेली असताना सुचलेली ही कविता !

सुचलेले गीत सारे,
सूर हरवून कविता झाले !
कंठी दाटलेले शब्द सारे,
मूकपणे कागदावर आले.
सांडताना अश्रू आजही,
पापण्या या बंद झाल्या !
काल पाहिलेले दिवास्वप्न,

आज क्षणभर चमकून विझले !
झाली चोरी नकळत माझ्या,
तू येऊन निघूनही गेलास..
अन् माझेच मला कळले नाही,
तू काय ठेवले अन् काय नेले !

4. तुझी आठवण आणि मी !

संदर्भ

त्याच्यापेक्षा जास्त जणू त्याच्या आठवणींशी माझी गट्टी जमली होती. तो सोबत नसताना बेचैन होणारं मन, त्याला शोधत रहायचं ! अन् मी आकाशाला नजर खिळवून त्याची वाट बघत बसायचे !

तो आल्यावर काय काय सांगायचंय याची यादीच जणू करायचे... तो काय बोलेल, माझ्याकडे कसं बघेल याची दिवास्वप्न रचत बसायचे !

अशीच एकदा त्याच्या आठवणीत, त्याची वाट बघत असताना घडलेला हा किस्सा !

संध्याकाळी तुझ्या आठवणीनी
असह्य झाल्यावर,
तुला निरोप पाठवला अन्
'डोळे मिटून' उंबरठ्यावर
तुझी वाट बघत बसले !
बराच वेळ उलटला..

"

तू दूरवर दिसलास !
खरं सांगते तुला बघून
मी मनापासून हसले !
तू जवळ येऊन बसलास,
खूप गप्पा मारल्यास,
मग हळूच माझा
हात हातात घेतलास !
अन् यावेळी मीही तो
सोडवू नाही शकले !
तू म्हणालास ...
तुलाही माझी खूप आठवण येते..
तू म्हणालास तुझंही माझ्यावर
खूप खूप प्रेम आहे !
हे ऐकून एक आनंदाश्रू,
अलगद माझ्या गालावर ओघळला..
त्या अश्रूच्या उष्ण जाणिवेने,
माझे मिटलेले डोळे उघडले.
आजूबाजूला चहूकडे
काळाकुट्ट अंधार झाला होता..
संध्याकाळची रात्र झालेली,
अन् मी मात्र त्याच उंबरठ्यावर..
अजूनही, तुझी वाट बघत बसलेली..
तुझी वाट बघत बसलेली !!!

❧❧❧

5. तुच आहेस !

संदर्भ

प्रेमात नखशिखांत भिजलेल्या मनाला, चहूकडे तोच दिसतो.
प्रत्येक गोष्टीत तोच भासतो ! जेव्हा स्वप्नात रोज येणारा
'तो', खरोखर आयुष्यातही येतो...
तेव्हा आनंदाला सीमा नसते. त्याच्या पर्यंत मनातल्या
भावना पोहोचवायला, त्याला हे सांगायला कि, माझं
तुझ्यावर किती प्रेम आहे... कवितेपेक्षा कोमल आणि प्रभावी
मार्ग दुसरा कोणता असू शकतो?
हेच माझ्या मनातले हितगुज त्याच्याकडे व्यक्त करताना
मी रचलेली ही कविता !

गुंजला जो कानामध्ये,
नाद तो तुझाच आहे !
ग्रासले ज्यांनी मला त्या,
चाहुली तुझ्याच आहेत !

मोगऱ्याच्या पावलाने,
येऊन गेलेला तुच आहेस !
हळूच रात्री स्वप्नांमध्ये,

डोकावणारा तुच आहेस !

झाकल्या पापण्यांमागे,
अन् पुढेही तुच आहेस !
प्रत्येक क्षणी या मनात,
तुच आहेस, तुच आहेस...

6. मनस्वी

संदर्भ

कोणामध्ये आपण किती गुंतलेले असतो... हे त्यातून बाहेर पडल्याखेरीज कळत नसतं. सतत त्या एका व्यक्तीला खुश ठेवण्यासाठी, त्याच्या मनासारखं वागताना, कितीदा तरी स्वतःच्या इच्छांवर लक्षच दिलं जात नाही.

त्या व्यक्तीपासून दूर झाल्यावर कळतं कि, आपण स्वतःपासून किती दूर निघून गेलो होतो... मग आपण स्वतःला ओळखू लागतो, स्वतःच्या प्रेमात पडू लागतो. अन् मग स्वतःच्याच नकळत स्वतःच्या मनासारखं वागू लागतो....

अशीच स्वतःशी नवीनच ओळख झालेली मी... मनस्वी !

❧❧❧

अंधूक अंधूक आता मी स्वतःला,
आरशात दिसू लागलेय..
कदाचित तुझ्यापासून वेगळं होताना,
थोडी थोडी स्वतःलाच सापडू लागलेय !
तुझी होती तेव्हा मी,
कणभरही माझी नव्हती..
आज कण कण स्वतःचा,

मी स्वतःतून वेचू लागलेय !
बरेचदा तुझ्या नकळत,
माझ्याच मनाला डावललेली मी,
माझ्या नकळत आता,
बरंच मनस्वी वागू लागलेय
मी... मनस्वी वागू लागलेय !!!

7. पण एवढंच !

संदर्भ

पहिल्या प्रेमाला विसरून नवं आयुष्य सुरु केल्यावर जेव्हा
कधी 'तो' आता माझ्यासाठी काय आहे? असं विचारलं
जातं, तेव्हा त्यावर स्वतःला दिलेलं हे उत्तर !
खरं तर तो आता काहीच नाही... पण तरीही कुठेतरी
मनात शिल्लक राहिलेला 'तो' बऱ्याच गोष्टींमध्ये मला
आढळतो. तो म्हणजे माझ्या नकळत मनानेच कोपऱ्यात
दाबून ठेवलेल्या काही भावना... एवढंच ! या खेरीज आता
खरंच तो काही नाही !

अजूनही, तू दिसल्याच्या फक्त भासानेही...
हृदयाचा एक ठोका चुकतो !
तुला जाणीव नसेल याची आताही,
अजूनही एक कोपरा हृदयाचा,
कधी कधी तुझ्यासाठी धडधडतो !

श्वासातून एक श्वास,
तुझ्या नावाने उसासा बनतो !
अश्रुंमधील एक तुझ्यांसाठी,

तुझ्या आठवणी आणि मी !

अजूनही आवंढा बनतो !

पण एवढंच!
याहून जास्त आता तू काही नाही..
तू भूतकाळ नाहीस, अन् तू आता
जुनी आठवणही नाहीस !

8. पुन्हा एकदा...

संदर्भ

जुन्या गोष्टींच्या आठवणी कधी कधी खूप त्रासदायी
असतात. भूतकाळात बऱ्याच संकटांना सामोरे गेलेले मन
आणि शरीर कधीकधी त्यातून तासून निघून अगदी कणखर
आणि मजबूत बनते तर कधीकधी खूप हळवे !
काही वेळेस क्षणभरासाठीच का होईना पण, या आठवणी
अशा छळून जातात... कि मन निराशेने भरून जाते. नजर
शून्यात खिळते अन् आपण कुठेतरी हरवून जातो... पण
लगेच स्वतःला सावरून, डोळे मिटून एका उसास्या सोबत
ती विचारांची आणि आठवणींची साखळी आपण तोडतो.
आणि पुन्हा एकदा ... वर्तमानात येतो !

पुन्हा भूतकाळाचा दंश झाला,
पुन्हा आठवणींचे विष बांधले,
पुन्हा मन निळे पडले,
पुन्हा एकदा मी मृत झाले !!
बधिर झाल्या चेतना साऱ्या,
विचारशक्ती शून्य झाली..
उघड्या डोळ्यांवर पापणी,

पुन्हा एकदा बंद झाली,
पापणी पुन्हा एकदा बंद झाली !!!

9. तुझा आवाज

संदर्भ

त्याच्या आणि माझ्यामध्ये बराच काळ अबोला होता... पण अबोला फक्त शब्दांचाच ! मनातून त्याची सतत असणारी ओढ तशीच होती. बराच काळ सरून गेल्यावर... जेव्हा त्याचा आवाज ऐकला, तेव्हा त्याच्या आवाजामागचा अर्थ, सुन्न मनाला कळत नव्हता.

आनंद, आश्चर्य, आठवणी, प्रश्न यांचं मनात माजलेलं काहूर मला काही समजूच देत नव्हतं. त्या अबोल्याला संपवून, सारे मतभेद दूर सारून जेव्हा तो परत आला, तेव्हा मला माझा आनंद व्यक्त करायला शब्दच सुचत नव्हते... नेहेमी धावून येणारे शब्द कुठे विरून गेले होते कुणास ठाऊक ! माझ्या कडे त्या वेळी उरला होता फक्त एक उसासा... त्याला सगळं समजावणारा !

आवाज येत होता फक्त,
मन सुन्न झाले होते !
तू बोलत होतास माझ्याशी,
मला शब्दांचे अर्थ लागत नव्हते !
किती काळ सरून गेला,

आपल्यातला अबोला घेऊन !
कसा काळ सरून गेला..
त्या अबोल्या सोबत अबोल राहून !
कसं जमलं तुला,
अन् मलाही हे सारं..
कसं दैवाला तरी बघवलं,
आपलं दूर राहाणं !
म्हणूनच कदाचित तू आलास...
सरलेल्या काळाला मागे ठेवून !
एका उसास्या सोबत,
सारी शांतता भंगवून !

10. न पेलवणारा छंद !

संदर्भ

कितीही त्याला टाळलं तरी, पुन्हा पुन्हा त्याचेच विचार मनात येतात... कितीही स्वतःला सावरलं तरी, मन वेडं त्याच्याच स्वप्नांच्या मागे जातं...

प्रेमात पडणं आपल्या क्षमतेच्या बाहेरची गोष्ट आहे हे मेंदूला लाख समजो... मन गुंतायचं तिथे गुंततच जातं !

नको प्रेमात पडूस हे मी मलाच समजावताना माझ्या मनाशी झालेला संवाद या कवितेद्वारा रेखाटण्याचा मी प्रयत्न केला आहे!

मी माझ्या स्वप्नांकडे आजकाल,
आश्चर्यांनी बघते !
तू तिथेही आहेस ?
मी तिथेही तुला बघून लपते !
माझ्याच स्वप्नात आता
मला वावरण्याची चोरी..
तू सत्यात हल्ला केलासच,
आता स्वप्नातही घुसखोरी ?
किती वेळा सांगू मनाला,

तुझ्यात इतकं गुंतू नकोस..
किती वेळा सांगू तुला,
मला स्वप्नात रंगवू नकोस !
नाईलाजाने मी आता,
स्वप्नच बघणं करणार आहे बंद !
कशाला उगाच हवाय
न पेलवणारा छंद !!!

11. तुझंच नाव !

संदर्भ

प्रत्येकालाच आपलं पाहिलं प्रेम मिळतंच असं नाही ! पण आयुष्यभर लक्षात नक्कीच राहतं. जेव्हाही त्याची आठवण येते, थोड्या वेळाकरिता का होईना, मन बेचैन नक्की होतं. मग लगेच आपण भरकटलेल्या मनाला अस्तित्वात आणतो खरं... पण, त्या आठवणींचा सुगंध थोडा वेळ दरवळत राहतोच !

अशाच फक्त आठवणीत राहून गेलेल्या 'त्याच्यावर', 'तेव्हा' बऱ्याच कविता केल्या होत्या. आजही त्याच्या आठवणीत कधी कधी कविता सुचतात.

अशाच एका दिवशी त्याच्या आठवणीतून स्वतःला बाहेर आणल्यावर, मागे दरवळणाऱ्या सुगंधाचा आल्हाद घेताना सुचलेली ही कविता !

आजही हातावर लिहायला गेले,
की, तुझंच नाव लिहिल्या जातं...
बालिश पुन्हा व्हावं वाटलं,
तर तुझ्याच स्वप्नात हरवावं वाटतं !

बंद डोळे बोलतात तुझ्याशीच,
रितं मन तुझ्या आठवणींनी भरतं !
मोठं झालेला वय आणि समज,
अजूनही... सारं सारं तुझ्यासमोर हरतं !

पण आता, बालिश न् मी आहे ना मन,
चटकन अस्तित्वात यावं लागतं..
तरीही, हातावरचं खोडलेलं नाव बघून,
मला पुन्हा एकदा कविता करावं वाटतं !
मला पुन्हा एकदा कविता करावं वाटतं !

12. आठवणी

संदर्भ

आठवणी नेहेमीच सुखद असतात असं नाही. कधीकधी काही वाईट घटनांच्या पण आठवणी असतात. पण जेव्हा आठवणी एखाद्या प्रिय व्यक्तीच्या असतात तेव्हा त्यात हरवून रहावंसं वाटतं. त्या आठवणींचा आस्वाद घेता आला पाहिजे.

मी 'त्याच्या' आठवणींमध्ये नेहेमीच झुरते. पण त्याला कधी माझी आठवण येत असेल का ? हा प्रश्न मला नेहेमी सतावतो.

सुंदर आठवणींमध्ये हरवण्याचा आनंद काय असतो, याची त्यालाही जाणीव व्हावी ही इच्छा नेहेमीच असते. हेच त्याला समजावण्याचा प्रयत्न करणारी ही कविता !

पुन्हा अंधार झाला,
पुन्हा रात्र दाटून आली !
तुझ्या आठवणींची रातराणी,
सुगंधाने बहरून गेली !

तुलाही या सुगंधाची,

हलकीशी जाणीव होऊ दे !
आज एकदा तुही माझ्या,
आठवणींना हुंगून घे !

जाणवू दे तुलाही आज ती,
ऊब त्या भूतकाळाची !
आज तू नकळत तुझ्या,
गंध रातराणीचा उमजून घे !

विस्कटलेले श्वास तुझे पण,
मग लयीत येतील त्या गंधाच्या...
झोपताना मग तुही डोळ्यांवर,
आठवणींना पांघरून घे !

13. एक वादळ

संदर्भ

एखादं संकट सरून गेल्यावर, मग वाटतं आता सगळं छान होईल ! त्याच वेळी ही भीती सुद्धा असते कि, पुन्हा पुढचं संकट आलं तर? ते येऊ नये अशी आशा असते खरी... पण, माहित असतं असा चढ-उतार आयुष्यात येत राहणार. दुःखानंतर सुख आलं तसं सुखानंतर दुःख पण येतच असतं. अशा अगदी तात्पुरत्या सुखाने आनंदलेलं मन पुढच्या दुःखाच्या कल्पनेनी थोडं निराश पण होत असतं. अशा आशा आणि निराशेच्या दिवधा मनस्थितीतल्या मनाला मी एका पानं गळून पडलेल्या झाडाची उपमा दिली आहे. पानगळी नंतर, झाडावर जेव्हा पानं राहत नाहीत, त्यावेळी सुद्धा... त्या झाडाला माहित असतं कि, काही काळ सरून गेला कि पाऊस पडेल ! पुन्हा हिरवंगार होऊन ते जीवनाचा आनंद घेईल. पुन्हा त्याचे सगळे रंग बहरतील. हेही माहित असतं कि, त्या नंतर पुन्हा ऋतू बदलेल आणि पुन्हा एकदा सगळी पानं गळून पडतील. याच मनस्थितीला रेखाटण्याचा प्रयत्न या कवितेतून केला आहे.

सरून गेलं एक वादळ,

आता पुन्हा मी एकटी !
गळून पडलेली पानं माझी,
पाचोळा बनून उडताएत..
वाऱ्यासोबत त्यांच्याही नकळत,
हलकेच मला शिवताएत !
आता पुन्हा एकदा खुलायचंय,
आभाळ हलकेच बरसलं की !
पुन्हा एकदा झुलायचं आता,
हलकेच वारं आलं की !
नव्याने तयारी करायची,
पुन्हा एकदा बहरण्याची !
अन् मग, वाट बघत बसायची,
पुन्हा उध्वस्त होण्याची..
पुन्हा उध्वस्त होण्याची !

14. वेदना

संदर्भ

आई गेल्यावर मला सावरायला बराच काळ लागला !
सुरुवातीला खूप लोकं भेटायला यायचे. माझ्या दुःखाची
पुन्हा पुन्हा उजळणी व्हायची. मग हळूहळू लोकांचं येणं
कमी झालं अन् मग बंद !

आईचा विषय नाही निघायचा. समोरच्याला पुन्हा त्या
आठवणींनी त्रास होऊ नये, म्हणून घरी आवर्जून तिचा विषय
टाळला जायचा. 'आई' म्हणणं बंद झालं होतं, आईबद्दल
बोलणंही बंद झालं होतं. पण तिचं नसणं का कुणास ठाऊक
मन स्विकारत नव्हतं. तिच्या आठवणी, तिचं स्वप्नात येणं
हे अगदी सातत्याने सुरु होतं.

बराच काळ सरून गेलाय... पण आजही 'आई' म्हंटलं तर
टचकन डोळ्यांत पाणी येतं. जखम आता भरली आहे म्हंटलं
तरी चालेल... पण या वेदना का कुणास ठाऊक थांबत
नाहीएत !

मी दगड टाकणं बंद केलंय,
पण, तरंग उठायचे थांबले नाहीएत !
मी केलंय बोलणं बंद,

पण, शब्द सुचायचे थांबले नाहीएत !

झोप लागत नाहीच रात्रभर,
पण तरीही स्वप्न दिसत आहेत !
मिटल्या जरी पापण्या तरी,
अश्रू गळायचे थांबले नाहीएत !

अव्यक्त असली तरीही,
भावना क्षणभरही मरत नाहीए !
जखम येतेय भरून हळूहळू,
पण, वेदना व्हायच्या थांबत नाहीएत !
वेदना व्हायच्या थांबत नाहीएत !!!

15. स्वाभिमान

संदर्भ

स्त्रीला एक सहनशक्ती म्हंटलं जातं. खरंच आहे म्हणा ! जेवढी सहनशक्ती एका स्त्री मध्ये असते तेवढी अजून कोणातही नसते.

लग्न, संसार, मुलं या सगळ्यांना सांभाळत, सगळं जोडून ठेवून चालणाऱ्या कितीतरी स्त्रिया आपल्या आजूबाजूला असतात. हे सगळं सांभाळताना, अनेक वेळा आपलं मन मारत जगणाऱ्याही बऱ्याच असतात.

अन् सगळ्यात वाईट असतं, या जबाबदा-या घेताना होणारा अन्यायही मूकपणे सहन करणं ! इतरांची मर्जी सांभाळताना आपली इच्छा मारणं हे अगदी सर्रास घडतं. पण बरेचदा आपला स्वाभिमान सोडून जगणाऱ्या स्त्रिया सुद्धा असतात. या सहनशक्तीचा वापर जेव्हा अन्याय सहन करण्यासाठी होतो, तेव्हा त्या स्त्रीच्या मनाची दयनीय अवस्था कशी असेल याची केलेली कल्पना या कवितेतून मांडली आहे.

एक आग आहे धगधगती,
हृदयाच्या प्रत्येक कोपऱ्यात !
एक घाव आहे हळहळता,

मनाच्या खोल आत !

एक हतबलता,
स्वतःची स्वतःलाच असह्य..
एक कोमलता,
ओरबाडून निघालेली !

एक विश्वास नावाची
दुर्बल भावना आहे,
अविश्वासाच्या लोखंडी साखळ्यांत
घट्ट आवळलेली !
एक आकांत आहे मनात,
तो मात्र सतत प्रकट झालेला..
अन् एक स्वाभिमान,
जिवंतच भिंतीत पुरलेला !!

16. मुक्त !

संदर्भ

काहीवेळा मनावर स्वतःच विनाकारण टाकलेली बंधनं
तोडून, आपण मनाला उंच भरारी मारायची परवानगी देतो.
त्या बंधनात आपली कला, आवडी-निवडी सगळं दबून
गेलेलं असतं.

मग जेव्हा मन या बंधनातून मुक्त होतं, जेव्हा मनात
आशा निर्माण होते, जेव्हा देवावरचा विश्वास दृढ होतो, जेव्हा
स्वतःला बंधनातून मुक्त करून, नव्याने जगण्याची मनाची
तयारी होते...

तेव्हा नव्या उमेदीने एक स्वच्छंद श्वास घेणाऱ्या मनाचे
मनोगत मी या कवितेतून मांडायचा प्रयत्न केला आहे !

कोंडलेला श्वास माझा,

हा असा मुक्त झाला...

स्मित हि हास्य झाले,

घडा मनाचा रिक्त झाला !

पंख पुन्हा फुटले स्वप्नांना..

नजर पुन्हा भिडली आकाशा !

झोका मनाचा उंच उंच गेला,

तारकांचा स्पर्श झाला !
आज नव्याने मीच माझा,
एक नवा अध्याय लिहिला !
कोंडलेला श्वास माझा..
मी असा हा मुक्त केला !

17. देव्हारा

संदर्भ

बरेचदा स्वतःबद्दल एक अपराधीपणाची भावना तयार होते. कधी स्वतःच्या चुकांमुळे तर कधी फक्त विचारांमुळे! मग लहानपणापासून घडवलेले सगळे संस्कार आठवतात. पाप-पुण्य, बरे-वाईट यांच्या धड्यांची मनातल्या मनात पुन्हा उजळणी होते !

स्वतःतील चांगुलपणा कसा संपुष्टात आलाय याची मन स्वतःलाच जाणीव करून द्यायचा प्रयत्न करते. प्रत्येक माणसात देव असतो हेही गिरवले जाते... आणि मग अचानक प्रश्न पडतो ... अशा माझ्या या मनात देव कसा वसेल ???

आता शक्य नाही
मनात देव्हारा वसणं...
मनाच्या लाकडाला आता,
वाळवी लागत चाललीए !

श्वासांनी या पिंजऱ्यात
येणं जाणं सुरु आहे...

पण प्रत्येक श्वासागणिक
ही माती खंगत आता चाललीए !

सुटलंय मागे आता,
रक्तानी उसळून वाहणं...
नस नस आता माझी
आतून गंजत चाललीए !
देवाला म्हणावं आता,
शोध दुसरी जागा तुझ्या जगात...
माझ्या मनासोबत मी, तुझ्या जगातून
वजा होत चाललीए !

18. छान

कोणी जेव्हा मला विचारतं 'कशी आहेस?' तेव्हा खरं उत्तर
देणं तसं काही फारसं महत्वाचं नसतं ! बरेचदा हा प्रश्न
म्हणजे एक औपचारिकता असते... आणि तसं नसलं
तरीही, मी खूप खरं बोलण्याच्या नादी लागत नाही.
खरंतर, खरंच मी कशी आहे जे जाणून घेण्यात, मला सुद्धा
काही फारसं कुतूहल नसतं ! सरळ साध्या शब्दात मी
स्वतःला आणि समोरच्याला एवढंच सांगते... मी छान आहे
!
त्या पलीकडे जाऊन खरं सांगायचं ठरवलंच... तर काय होतं
हे या कवितेद्वारा मी व्यक्त केलं आहे !

'छान' या एका शब्दात,
मी कशी आहे हे मावत नाही..
पण त्याहून जास्त विश्लेषण,
मी आता माझं करत नाही !

छान म्हंटलं कि,
छान आणि समाधानी वाटतं !

सगळं सुरळीत सुरु आहे,
असं स्वतःलाच पटतं !

खूप खोलात गेले,
तर मनावरचे व्रण दिसू लागतात..
झोप न झालेल्या डोळ्यामागचे,
'पण' दिसू लागतात !
ते 'पण' उकरत बसले तर,
भ्रम निघून जातात..
सत्य समोर दिसलं कि,
छान भावना हरवून जातात !
मग समाधान निघून जातं,
छान वाटणं ही बंद होतं !
आणि मन मग दुःखाच्या लाटा,
सावरण्यात धुंद होतं !

'स्वतःला भूल पाडणं',
या सगळ्यांपेक्षा सोपं असतं !
छान वाटण्यासाठी फक्त,
'छान आहे' इतकं म्हणणंच पुरेसं असतं ! ! !

19. वाह वा !

संदर्भ

कधी जेव्हा अगदी जवळची व्यक्ती देखिल आपल्या भावना समजू शकत नाही, तेव्हा मनाला ती गोष्ट खूप दुखावून जाते.

असं म्हणतात.. काळानुसार लोकं बदलतात. खूप जवळ असलेले, कसे काय माहित... पण दूर निघून जातात. कुणीतरी दुरावलंय याची जाणीव अशाच काही प्रसंगांमधून होते, जेव्हा त्यांच्या प्रतिक्रिया अनपेक्षित असतात ! अशीच एक छोटीशी घटना...

माझ्या वेदनांना तूही,
कविता म्हणू लागला आहेस !
तू असा नव्हतास आधी...
आता बदलू लागला आहेस !
होती तुला जाणीव आधी,
माझ्या जखमांच्या खोलीची...
आजकाल तुही माझ्या जखमांवर,
वाह वा ! करू लागला आहेस !

तुझ्या आठवणी आणि मी !

20. कुठे आजकाल...

संदर्भ

एक काळ होता... जेव्हा खूप कविता सुचायच्या ! स्वप्नाळू मन होतं आणि मी आज आहे त्याहून कितीतरी उत्साही अन् संवेदनशील होते. तेव्हा स्वतःसाठी खूप वेळ होता. मग आयुष्याच्या धावपळीत अशी काही व्यस्त झाले, कि स्वतःला देखील विसरून गेले. आयुष्याच्या स्पर्धेत धावताना आयुष्यातल्या सुंदर गोष्टींचा आस्वाद घ्यायचा राहून गेला.. मग एक दिवस मला, जेव्हा स्वतःचीच आठवण आली तेव्हा जाणवलं... कुठे आजकाल...

कुठे आजकाल शब्द सुचतात..
कुठे आजकाल कविता रचतात..
होता एक काळ जेव्हा,
मन माझं कोवळं होतं !
संथ हवेला झुळूक म्हणणारं,
अन् त्या झुळुकेत,
धुंद होऊन रमणारं !
आजकाल वाऱ्याचा काय,
वादळाचा सुद्धा स्पर्श जाणवत नाही !

आजकाल जाणवतं का मला काही ?
माझं मलाच कळत नाही !
आजकाल दाटून आलं की,
संध्याकाळ होते, अन्
अंधारलं की, डोळे बंद !
एक काळ होता जेव्हा...
संध्याकाळ पूर्ण वेळ
माझ्या सोबत बोलायची !
खळखळून हसायची,
अन् मन भरून रडायची.
आता दुरावा वाढलाय कदाचित,
माझा अन् माझ्या मनातला...
मन माझ्यावर रुसलंय कदाचित...
पण ,
कुठे आजकाल वेळ आहे,
शुल्लक मनाकडे लक्ष द्यायला ?